માં ગંગા

મિહિર જાગૃતિ વોરા

આ પુસ્તક હું મારા માતા પિતા , મોટા ભાઈ ભાભી અને નાની પ્રિય ભત્રીજી ને
અર્પણ કરું છું .

સામગ્રી

પ્રસ્તાવના

મિત્રો દેશ વિદેશ માં રહેતા તમામ લોકો માં ગંગા નદી વિશે જાણતા હશેજ આ બાબત ને દયાન માં રાખી મેં માત્ર ગંગા નદી ઉપર એક નિબંધ લખ્યો છે .આ માટે મેં વિકીપીડીયા,ગુજરાતીવિશ્વકોશ ,ગુજરાતી અખબારી અહેવાલ અને માં ગંગા નદી ઉપર લખેલ વિવિધ લેખક ના લેખ અને બ્લોગ , વેબ સાઈટ નો ઉપયોગ કર્યો છે મેં માત્ર નિબંધ રૂપી માહિતી આપી છે જેની નોંધ લેવી.

સ્વીકૃતિઓ

આ પુસ્તક માટે મેં વિવિધ લેખ આધારિત માહિતી વિકિપીડિયા ,લેખ ને લાગતા આવેલા વિવિધ અખબારી અહેવાલ અને જે તે લેખક ના લેખ ના સંદર્ભી નો સહારો લીધો છે તે સૌ નો હું આભાર માનું છું .

અનુક્રમણિકા

- માં ગંગા નદી ઉપર નિબંધ

1
માં ગંગા નદી ઉપર નિબંધ

મિત્રો દેશ વિદેશ માં રહેતા તમામ લોકો માં ગંગા નદી વિશે જાણતા હશેજ આ બાબત ને દયાન માં રાખી મેં માત્ર ગંગા નદી ઉપર એકે નિબંધ લખ્યો છે . આ માટે મેં વિકીપીડીયા , ગુજરાતીવિશ્વકોશ , ગુજરાતી અખબારી અહેવાલ અને માં ગંગા નદી ઉપર લખેલ વિવિધ લેખક ના લેખ અને બ્લોગ , વેબ સાઈટ નો ઉપયોગ કર્યો છે મેં માત્ર નિબંધ રૂપી માહિતી આપી છે જેની નોંધ લેવી.

ગંગા વિષે જાણવું ઘણું જરૂરી છે. નદી છે તો પછી દેવી કેવી રીતે અને દેવી છે તો પછી નદી કેવી રીતે? ખાસ કરીને ભારતમાં દરેક નદીને દેવી સમાન માનવામાં આવે છે, કેમ કે તેનાથી સંપૂર્ણ ભારતને જળ એટલે કે પાણી મળે છે. તે માનવ જીવનને સંભાળે છે. નદી છે તો જીવન છે. ગંગા વિષે આપણને પુરાણોમાં ઘણી કથાઓ મળે છે. આવો તેમાંથી કેટલીક કથાઓ વિષે જાણીએ.

કહેવાય છે કે ગંગા દેવીના પિતાનું નામ હિમાલય છે જે પાર્વતીના પિતા પણ છે. જેવી રીતે રાજા દક્ષની પુત્રી માતા સતીએ હીમાલયને ત્યાં પાર્વતીના નામથી જન્મ લીધો હતો, તે રીતે માતા ગંગાએ તેના બીજા જન્મમાં ઋષિ જહનુને ત્યાં જન્મ લીધો હતો.

એવું પણ કહેવામાં આવે છે કે ગંગાનો જન્મ બ્રહ્માના કમંડલ માંથી થયો હતો. એટલે કે ગંગા નામની એક નદીનો જન્મ. એક બીજી કથા મુજબ બ્રહ્માજીએ વિષ્ણુજીના ચરણોને આદર સહીત ધોયા અને તે જળને પોતાના કમંડલમાં ભેગું કરી લીધું. ભગવાન વિષ્ણુના અંગુઠા માંથી ગંગા પ્રગટ થઇ તેથી તેમને વિષ્ણુપદી કહેવામાં આવે છે.

એક બીજી કથા મુજબ ગંગા પર્વતોના રાજા હિમવાન અને તેમની પત્ની મીનાની પુત્રી છે, આ રીતે તે દેવી પાર્વતીની બહેન પણ છે. કેટલાક સ્થળો ઉપર તેમને બ્રહ્માનું કુળ જણાવવામાં આવ્યું છે.

એ તો બધા જાણે જ છે કે ભગવાન રામના પૂર્વજ ઈક્ષ્વાકુ વંશી રાજા ભગીરથના પ્રયત્નોથી જ ગંગા નદી સ્વર્ગથી ધરતી ઉપર આવી હતી. પણ તેને સ્વર્ગથી ધરતી ઉપર લાવવા માટે તપસ્યા કરવી પડી હતી. ગંગાના ભાર અને વેગને સંભાળી શકે એટલી શક્તિ પૃથ્વીમાં ન હોવાથી રાજા ભગીરથે શિવજીને પ્રસન્ન કર્યા.

બ્રહ્માજીએ ગંગાની ધારાને પોતાના કમંડળ માંથી છોડી. ત્યારે ભગવાન શંકરે ગંગાની ધારાને પોતાની જટાઓમાં સમાવી લીધી. પછી ભગીરથની આરાધના પછી તેમણે ગંગાને તેમની જટાઓ માંથી મુક્ત કરી દીધી.

કહેવાય છે કે બ્રહ્મચારિણી ગંગા દ્વારા કરવામાં આવેલા સ્પર્શથી જ મહાદેવે તેમને પોતાની પત્ની તરીકે સ્વીકારી લીધા.

પત્ની પુરુષની સેવા કરે છે એટલે તેનો વાસ પતિના હૃદયમાં અથવા ચરણોમાં હોય છે પણ ભગવતી ગંગા શિવના મસ્તક ઉપર બિરાજમાન છે.

ભગવાન વિષ્ણુના અંગુઠામાંથી ગંગા પ્રગટ થઇ એટલે તેને વિષ્ણુપદી કહેવામાં આવે છે. ભગવાન વિષ્ણુના પ્રસાદના રૂપમાં શિવજીએ દેવી ગંગાનો પત્ની તરીકે સ્વીકાર કર્યો.

કહે છે કે શંકર અને પાર્વતીના પુત્ર કાર્તીકેયનો ગર્ભ પણ દેવી ગંગાએ ધારણ કર્યો હતો. ગંગાના પિતા પણ હિમાલય છે એટલે તે પાર્વતીની બહેન માનવામાં આવે છે. સ્કંદ પુરાણ મુજબ, દેવી ગંગા કાર્તીકેય ની સાવકી માતા છે. કાર્તીકેય શંકર અને પાર્વતીના પુત્ર છે.

પાર્વતીએ પોતાના શારીરિક મેલ માંથી ગણેશની છબીનું નિર્માણ કર્યું, પણ ગંગાના પવિત્ર જળમાં ડૂબ્યા પછી ગણેશજી જીવિત થઇ ઉઠ્યા. એટલા માટે કહેવામાં આવે છે કે ગણેશજીને બે માતાઓ છે, પાર્વતી અને ગંગા. અને એટલા માટે તેમને દ્વિમાતૃ અને ગંગેય પણ કહેવામાં આવે છે.

બ્રહ્મ વૈવર્ત પુરાણ મુજબ વિષ્ણુજીની ત્રણ પત્નીઓ છે જેમને એકબીજી સાથે મનમેળ ન હતો, એટલા માટે તેમણે માત્ર લક્ષ્મીજીને પોતાની સાથે રાખ્યા અને ગંગાને શિવજી પાસે અને સરસ્વતીને બ્રહ્માજી પાસે મોકલી દીધા.

પૂર્વ જન્મમાં રાજા શાંતનું મહાભીષ હતા. બ્રહ્માજીની સેવામાં તે ઉપસ્થિત હતા. તે સમયે ગંગા પણ ત્યાં હાજર હતા. રાજા મહાભીષ ગંગા ઉપર મોહિત થઈને તેમને એક નજરે જોવા લાગ્યા. ગંગા પણ તેમની ઉપર મોહિત થઈને તેમને જોવા લાગ્યા. બ્રહ્માએ એ બધું જોઈ લીધું અને ત્યારે તેમણે તેમને મનુ-

ષ્ચયો-નીમાં દુઃખ સહન કરવાનો શ્રાપ આપી દીધો.

રાજા મહાભીષે કુરુ રાજા શાંતનુના રૂપમાં જન્મ લીધો અને તે પહેલા ગંગાએ ઋષિ જહનુની પુત્રીના રૂપમાં. એક દિવસ પુત્રની કામનાથી શાંતનુના પિતા મહારાજા પ્રતીપ ગંગાના કાંઠે તપસ્યા કરી રહ્યા હતા. તેમના તપ, રૂપ અને સૌંદર્ય ઉપર મોહિત થઈને ગંગા તેમની પાસે આવીને બેસી ગયા અને કહેવા લાગ્યા, રાજન, હું તમારી સાથે લગ્ન કરવા માગું છું. હું જહનું ઋષિની પુત્રી ગંગા છું.

તેથી રાજા પ્રતીપે જણાવ્યું, ગંગે, તું મારી જમણી જાંઘ ઉપર બેઠી છો, જ્યારે પત્નીએ તો વામાંગી હોવું જોઈએ, જમણી જાંઘ તો પુત્રનું પ્રતિક છે એટલે હું તમને મારી પુત્રવધુના રૂપમાં સ્વીકાર કરી શકું છું. તે સાંભળીને ગંગા ત્યાંથી જતી રહી. જ્યારે મહારાજ પ્રતિકને પુત્રની પ્રાપ્તિ થઇ તો તેમણે તેનું નામ શાંતનુ રાખ્યું અને તે શાંતનુ સાથે ગંગાના લગ્ન થયા. ગંગાથી તેમને 8 પુત્ર મળ્યા જેમાંથી 7 ને ગંગા નદીમાં વહાવી દેવામાં આવ્યા અને 8 માં પુત્રને ઉછેર્યો. તેમના 8 માં પુત્રનું નામ દેવવ્રત હતું. તે દેવવ્રત જ આગળ જઈને ભીષ્મ કહેવાયા.

મનુષ્યને જન્મ થયા બાદ નાનપણથી મોટો થવા પર અનેક સારી-ખરાબ પરિસ્થિતિમાંથી મને-કમને કે જાણે-અજાણે પસાર થવું પડે છે. જીવનમાં જેમ જેમ તે આગળ વધતો જાય છે એમ એમ તેના દ્વારા સારાં અને ખરાબ કમી થતાં રહે છે, એવી જ રીતે તે પોતાનાં કમી પ્રમાણે ફળ મેળવતો થઈ જાય છે. જ્યારે મનુષ્યને તેનાં ખરાબ કર્મનો પસ્તાવો થાય છે ત્યારે તે પ્રાયશ્ચિતરૂપે પાપના નિવારણરૂપે પવિત્ર ગંગામાં સ્નાન કરવા દોડી જાય છે.

ગંગા એ ભારતની અતિ પવિત્ર નદીઓ છે. આ નદીને કિનારે કેટલાંયે શહેરો, ગામો, મંદિરો, આશ્રમો સાધુસંતોના આશ્રમો-કુટિરો બન્યાં છે. ગંગાનું નામ સાંભળીને આપણા મનમાં એક જાતનો પવિત્ર ભાવ ઉત્પન્ન થઈ જાય છે. આપણને આવી અદ્ભુત નદી ક્યાંથી નીકળે છે એનો ઉલ્લેખ હવે કરીશું.

એક સમયે ગંગા નદી સ્વર્ગમાં હતી. એને પૃથ્વી પર લાવવા ભગીરથ નામના રાજાએ ભગવાન શિવજીને પ્રસન્ન કરવા વર્ષો સુધી તપ કર્યું હતું. શિવજીએ પ્રસન્ન થઈ ભાગીરથને ગંગાને પૃથ્વી પર અવતરણ માટે વરદાન આપ્યું. છેવટે ગંગાનું પૃથ્વી પર અવતરણ થયું, ગંગાનો પ્રવાહ એટલો પ્રચંડ હતો કે શિવજીએ પહેલાં ગંગાને પોતાની જટામાં ઝીલી લીધી, અને ત્યારે બાદ ધીરે ધીરે એને પૃથ્વી પર વહેતી કરી, જેથી પૃથ્વી પર એના પ્રવાહને કારણે મનુષ્યને કોઈ નુકસાન ન પહોંચે.

ગંગા, હિમાલયમાં આવેલી ગૌમુખ નામની જગ્યાએથી નીકળે છે. ગૌમુખની સમુદ્ર-સપાટીથી ઊંચાઈ 3890 મીટર છે. એ ઉત્તરાખંડના ઉત્તરકાશી જિલ્લામાં, ચીનની સરહદની પાસે આવેલું છે. આ આખો વિસ્તાર પર્વતોવાળો છે. ગંગા ગૌમુખ આગળથી નીકળે છે એને ભાગીરથીના નામે ઓળખાય છે.

ગંગા આગળ જતાં દેવપ્રયાગ આગળ એને બદરીનાથ તરફથી આવતી અલકનંદા નદી મળે છે. આ પછી તે ગંગા તરીકે ઓળખાય છે. ગંગા આગળ વધીને ઋષિકેશના મેદાની વિસ્તારમાં પ્રવેશે છે. તે પછી હરિદ્વાર, અલાહાબાદ વગેરે આગળથી વહીને કોલકાતાની પાસે દરિયાને મળે છે.

ઋષિકેશથી જ હિમાલયના પહાડોનું ચડાણ શરૂ થઈ જાય છે. ઋષિકેશથી ગંગા કિનારે કિનારે પહાડોની ધારે રસ્તો બનાવેલો છે. નદી ઉપરથી ખીણમાં નીચે તરફ આવે અને આપણે તેના કિનારે ઉપર તરફ જવાનું. રસ્તો પહાડોની ધારે હોવાથી એ સાંકડો, વાંકોચૂકો અને વળાંકો લેતો આગળ વધે છે. વાહન બહુ સાચવીને ચલાવવું પડે. ગાડી નદીમાં પડી ન જાય એનું ધ્યાન રાખવું પડે. જોકે રસ્તા સારા છે, એટલે એસટી. જેવું મોટું વાહન પણ જઈ શકે છે.

આ રસ્તો ઋષિકેશથી ઉત્તરકાશી, હરસીલ વગેરે ગામો થઈને ગંગોત્રી સુધી જાય છે. ઋષિકેશથી ઉત્તરકાશી 179 કિ.મી. અને ત્યાંથી ગંગોત્રી 95 કિ.મિ. દૂર છે. આખો માર્ગ પહાડી અને ચડાણવાળો છે.ગંગોત્રી એક પવિત્ર અને ધાર્મિક સ્થળ છે. અહીં ભાગીરથી નદીને કિનારે ગંગા માતાનું પ્રસિદ્ધ મંદિર આવેલું છે.

ગંગોત્રીની સમુદ્રસપાટીથી ઊંચાઈ 3048 મીટર છે. અહીં ઠંડી ઘણી પડે છે. ભાગીરથીનું પાણી બહુ ઠંડું હોય છે છતાં ઘણા લોકો અહીં નદીમાં સ્નાન કરે છે. નદીમાં સ્નાન કરવાનો મહિમા છે. શિયાળામાં તો અહીં બધે બરફ જામી જાય, એટલે નવેમ્બરથી મે સુધી ગંગોત્રી મંદિર બંધ રહે છે. લગભગ મેના અધવચ્ચે મંદિરનાં કપાટ ખૂલે છે.

રાજા ભાગીરથે ગંગોત્રી મંદિર આગળ જ શીલા પર બેસીને તપ કર્યું હતું. આ શીલા ભાગીરથ શીલા તરીકે પણ ઓળખાય છે. શિવજીએ અત્યારે જ્યાં નદી છે, એમાં બેસીને ગંગાને જટામાં ઝીલી હતી. અહીં શિવલિંગ છે, પણ એ પાણીમાં ડૂબેલું રહે છે. ગંગોત્રીમાં રહેવા માટે હોટેલો, ધર્મશાળાઓ અને આશ્રમો પણ છે.

ઘણા લોકો ચારધામની યાત્રા કરે છે. ગંગોત્રી, ચાર ધામોમાંનું એક છે. બાકીનાં ત્રણ ધામ- બદરીનાથ, કેદારનાથ અને જમનોત્રી છે. ગંગોત્રીથી હજુ આગળ જઈએ તો ગૌમુખ આવે. ગંગોત્રીથી ગૌમુખનું અંતર 18 કિ.મી. છે. અહીં

પણ ભગીરથીને કિનારે જ જવાનું. પણ આ રસ્તો સારો નથી. આ રસ્તે વાહન ન જઇ શકે, એટલે ચાલીને કે ધોડા પર જ જવું પડે. 2013ના જૂનમાં અહીં સખત પૂર આવ્યું હતું, એટલે આ રસ્તો બહુ જ ખરાબ થઇ ગયો છે છતાંય ભક્તો, સાધુઓ, પ્રવાસીઓ અને ટ્રેકિંગ કરનારા લોકો ગૌમુખ જતા હોય છે. આ રસ્તે દેવગઢ, ચીરવાસા અને ભોજવાસા ગામો આવે છે.

ગંગોત્રીથી ભોજવાસા 13 કિ.મી. દૂર છે. ભોજવાસા એ આ રૂટ પરનું છેલ્લું ગામ છે. ભોજવાસા સુધી ઝાડપાન અને જંગલો જોવા મળે છે. ભોજવાસાથી આગળનો રસ્તો ઉજ્જડ અને વેરાન છે. ભોજવાસામાં રહેવા-જમવાની સગવડ છે. અહીં એક મંદિર પણ છે. પ્રવાસીઓ ભોજવાસાથી ગૌમુખ પહોંચે છે. ગૌમુખની પાછળ હિમાલયનાં ઉત્તુંગ શિખરો આવેલાં છે. ભોજવાસાથી જ આ શિખરો દેખાવાં માંડે છે. ગૌમુખ એ હિંદુઓનું અતિ પવિત્ર સ્થાન છે.

અહીં ખડકોમાં ગુફા જેવી એક મોટી બખોલ છે, એમાંથી પાણીનો જોરદાર પ્રવાહ બહાર આવે છે. આ પ્રવાહ એ જ ભાગીરથી નદી. ભગીરથીનું આ ઉદભવસ્થાન છે. આ ગુફામાં અંદર જઇ શકાય નહિ. ગુફા અને ખડકોનો દેખાવ ગાયના મોં જેવો હોવાથી એ ગૌમુખ કહેવાય છે. ગૌમુખ આગળ લાકડાના થાંભલાઓ ઊભા કરીને નાનુંસરખા મંદિર જેવું બનાવ્યું છે. મંદિર પર લાલ પીળી ધજાઓ ફરકે છે.

ગૌમુખની ઊંચાઈ 3890 મીટર છે. અહીં ગંગોત્રી કરતાંય વધુ ઠંડી હોય છે. ભાગીરથીનું પાણી અતિશય ઠંડું બરફ જેવું હોય છે છતાંય ઘણા શ્રદ્ધાળુઓ અને સાધુઓ અહીં ભાગીરથીમાં સ્નાન કરે છે અને નદીને વંદન કરે છે. લોકોને જીવન બક્ષનારી નદીનું મૂળ જોઇને લોકોનાં મન અહોભાવથી ભરાઈ જાય છે. ગૌમુખમાં આ પાણી ક્યાંથી આવતું હશે? ગૌમુખની પાછળ પાંચેક કિલોમીટર જેટલો મેદાની વિસ્તાર છે. એ તપોવનના નામે ઓળખાય છે.

એની પાછળ ગંગોત્રી ગ્લેશિયર અને એનીય પાછળ બરફછાયાં શિખરો આવેલાં છે. ગ્લેશિયર એટલે બરફનો લાંબોપહોળો જાડો થર. આ ગ્લેશિયર પીગળીને એનું જ પાણી બને એ પાણી તપોવનની નીચેના ખડકોમાં થઈને ગૌમુખમાં પહોંચે છે, અને ભાગીરથી નદીરૂપે નીકળે છે.

તપોવન ભારતનાં ઊંચાં મેદાનોમાંનું એક છે. તેની સરેરાશ ઊંચાઈ 4463 મીટર જેટલી છે. તપોવનના વિસ્તારમાં ઘાસ, ફૂલ, ઝરણાં વગેરે છે. ઘણા સાધુ પુરુષો અહીં ધ્યાન અને યોગ કરે છે અને અહીં ઝૂંપડી કે તંબુ બાંધીને એકાંતમાં રહે છે. ઘણા સાહસિકો ગૌમુખથી ચડીને અહીં ટ્રેકિંગ કરવા આવે છે. ગંગોત્રી ગ્લેશિયર, બરફાચ્છાદિત શિખરો વચ્ચે ઢાળમાં પથરાયેલો પડ્યો છે.

એની લંબાઈ 30 કિ.મી. અને પહોળાઈ 2થી 3 કિ.મી. જેટલી છે.

ગ્લેશિયરના નીચેના છેડેથી બરફનું પાણી બની ભાગીરથીમાં વહી જાય તો પણ ગ્લેશિયરનો બરફ ઓછો થતો નથી, કેમ કે ઠંડીને લીધે નવો બરફ બન્યા જ કરે છે. લાખો વર્ષોથી ગ્લેશિયર ટકી રહ્યો છે. હા, અત્યારે ગ્લોબલ વોર્મિંગની અસરને લીધે એની સાઈઝ સહેજ ઘટી છે. આ ગ્લેશિયરની ઊંચાઈ આશરે 4200 મીટરથી 6500 મીટર જેટલી છે.

હવે ગ્લેશિયરની પાછળનાં ગંગોત્રી ગ્રુપનાં શિખરોની વાત. આ શિખરોનું ધાર્મિક મહત્ત્વ ખૂબ જ છે. દરેક મોટા શિખરને નામ આપેલું છે. મુખ્ય શિખરો ભાગીરથી, શિવલિંગ, મેરુ, થલયસાગર, કેદારનાથ અને ચૌખંબા છે. આ દરેક પર હંમેશાં બરફ પડ્યો રહે છે. સાહસિકોએ આ શિખરો પર ચડવાના પ્રયત્નો કર્યા છે. ભાગીરથી સમૂહમાં 3 શિખરો છે.

એમાં ભાગીરથી-1 સૌથી ઊંચું, 6856 મીટર ઊંચું છે. એની પર, ગ્લેશિયર તરફથી ચડવાનું અઘરું છે, પાછળની બાજુથી સહેલું છે. શિવલિંગ 6543 મીટર ઊંચું છે. એ શિવની સિમ્બોલ જેવું અને સૌથી વધુ પવિત્ર છે. મેરુ 6660 મીટર ઊંચું છે. એ શિવલિંગ અને થલયસાગરની વચમાં આવેલું છે. પર્વતારોહકોએ એ હમણાં જ સર કર્યું છે.

થલયસાગર 6904 મીટરની ઊંચાઈ ધરાવે છે, એના પર ચડવાનું સૌથી અઘરું છે. કેદારનાથ 6940 મીટર ઊંચું છે. ચૌખંબામાં જોડે જોડે 4 શિખરો છે. એમાં ચૌખંબા-૧ સૌથી ઊંચું 7138 મીટર છે. શિવલિંગ, મેરુ અને થલયસાગર શિખરો પર ચડવા માટે અવૉર્ડ આપવામાં આવ્યા છે. શિખરો પર ચડવા માટેનો બેઝ કેમ્પ સામાન્ય રીતે તપોવનમાં કરવામાં આવે છે. ગૌમુખ લગભગ શિવલિંગ શિખરના પાયા આગળ છે.

તપોવનની બાજુમાં નંદનવન નામનું મેદાન છે. એમાં પણ ટ્રેકર્સ અને યાત્રીઓ આવે છે. અહીં તંબુ બાંધીને રહી શકાય છે. નંદનવનથી થોડું ચડી ચતુરંગી ગ્લેશિયર તરફ જતાં 4463 મીટર ઊંચાઈએ વાસુકી નામનું સરોવર આવે છે. એ વાસુકી તાલ તરીકે જાણીતું છે.

હરિદ્વારમાં હરકી પૈડી ગંગા નદી કિનારે આવેલું છે. હરકી પૈડીનો ભાવાર્થ હરિ એટલે વિષ્ણુ ભગવાનના ચરણ એવું થાય છે. ધાર્મિક માન્યતા અનુસાર, સમુદ્રમંથન દરમિયાન વિશ્વકર્માજી અમૃત માટે ઝઘડી રહેલા દેવ-દાનવોથી બચાવીને લઈ જઈ રહ્યા હતા ત્યારે અમૃતનાં ટીપાં પૃથ્વી પર પડતાં એ સ્થળો

ધાર્મિક સ્થળો બની ગયાં હતાં.

અમૃતનાં ટીપાં હરિદ્વારમાં પણ પડેલા,એથી એ સ્થળ હરકી પૈડી તરીકે જાણીતું થયું. હરિદ્વારની યાત્રા કરવા આવેલા બધા શ્રદ્ધાળુઓની સૌથી મોટી ઈચ્છા ગંગા નદીમાં સ્નાન કરવાની હોય છે. શાસ્ત્રોની માન્યતા પ્રમાણે, જે મનુષ્ય અહીં સ્નાન કરે છે તે બધાં પાપોમાંથી મુક્ત થઈ જાય છે. હરકી પૈડીને બ્રહ્મકુંડ તરીકે પણ ઓળખાય છે.

મનુષ્યે કરેલાં ખરાબ કર્મોનાં ફળ તો તેને મળે છે. જો ખરાબ કર્મોના પ્રભાવને ઓછો કરવા માટે સૌપ્રથમ તેણે કરેલાં કર્મોનો પસ્તાવો થવો જોઈએ. સાચા મનથી મા ગંગાનું સ્મરણ કરી તેમની પાસે સાચો રસ્તો માગતાં ધીરે ધીરે ખરાબ કર્મોનાં ફળનો પ્રભાવ સમય જતાં ઓછો થઈ જશે.

ગંગામાં સ્નાન કરવાથી તમારું મન પણ નિર્મળ થઈ જશે. આ જન્મ સાથે આગલાં બધાં જન્મોનાં ખરાબ કર્મોનાં ફળ મળતાં બંધ થઈ જશે. માની કૃપા થતાં આવનારા હવે પછીના જન્મ માટે તમારાં જ્ઞાન અને ભક્તિનાં દ્વાર ખૂલી જશે. એનો અર્થ એવો થયો કે તમે તમારા હવે પછી થનારા જન્મનું ભવિષ્ય તૈયાર કરી લીધું. ગંગામાં સ્નાન કરવાથી તમારો દષ્ટિકોણ અને માર્ગ બદલાઈને આધ્યત્મિક તરફ ગતિ કરશે. છેલ્લે, ઇશ્વર પ્રાપ્ત કરવા માટેનો પાયો આપોઆપ તૈયાર થઈ જાય છે

ગંગા નદી એ ભારતની સૌથી પવિત્ર મનાતી ત્રણ નદીઓમાં સ્થાન ધરાવે છે. ભારતમાં ગંગા, યમુના અને સરસ્વતીના પૂજનની અને તેમાં સ્નાનની મહત્તા છે. પણ, આ ત્રણ નદીઓમાં ગંગાની મહિમા જ અદકેરી છે. વિવિધ પુરાણોમાં ગંગાની મહત્તાને વર્ણવતા કથાનકોનો ઉલ્લેખ મળે છે.

ત્યારે આવો જાણીએ આ પાવની નદી સાથે જોડાયેલી એ વાતો કે જે તેને અદ્વિતીય મહત્તા પ્રદાન કરે છે. ગંગા એકમાત્ર એવી નદી છે કે જેમાં બે વાર અમૃત કુંભમાંથી ટીપા પડ્યા હતા. કહે છે કે ગંગાજળ ક્યારેય અશુદ્ધ નથી થતું અને ન તો તે ક્યારેય બગડે છે. એટલે જ તેને તાંબા કે પિત્તળના કળશમાં ભરીને ઘરમાં સાચવી રાખવામાં આવે છે.

પુરાણોમાં ગંગાનો સ્વર્ગની નદી તરીકે ઉલ્લેખ મળે છે. જે અનુસાર પૃથ્વીવાસીઓના કલ્યાણ અર્થે ગંગા સ્વર્ગમાંથી ધરતી પર આવ્યા છે. અને એટલે જ તો તેમનું જળ સૌથી પવિત્ર માનવામાં આવે છે. કહે છે સ્વર્ગમાંથી ઉતરેલાં ગંગા પહેલાં શિવજીની જટામાં બંધાયા અને પછી વિવિધ ધારાઓ રૂપે પૃથ્વી પર પ્રવાહિત થયા.

સ્વર્ગની પવિત્ર ગંગા નદી શિવજીનો સ્પર્શ પામી વધારે જ પવિત્ર બની ગઈ. ગંગાની ધારા શિવજીની જટામાંથી નીકળવાને લીધે પણ વિશેષ પવિત્ર મનાય છે. કહે છે કે ગંગાજળમાં સ્નાન કરવાથી બધા પ્રકારના પાપ ધોવાઇ જાય છે. એટલે જ ગંગાને પાપમોચની પણ કહે છે. ગંગાના પવિત્ર જળમાં સ્નાન કરવાથી મોક્ષની પ્રાપ્તિ થવાની માન્યતા છે.

એટલે તેને મોક્ષાદાયિકા નદી પણ કહેવામાં આવે છે. એવી ધારણા છે કે મૃત્યુ સમયે વ્યક્તિને ગંગાનું જળ પીવડાવવાથી તેને મોક્ષની પ્રાપ્તિ થાય છે. ગંગા એકમાત્ર એવી નદી છે જેમાં બધા જ દેવી દેવતાઓ સ્નાન કરીને આ જળને પવિત્ર બનાવે છે. હરિદ્વારમાં ભગવાન વિષ્ણુના ચરણ કમળ આ નદી પર પડ્યા હતા.

ગંગા એકમાત્ર એવી નદી છે કે જેમાં બે વાર અમૃત કુંભમાંથી ટીપા પડ્યા હતા. એકવાર હરિદ્વારમાં અને બીજા પ્રયાગરાજમાં. જ્યારે અન્ય નદીઓ ક્ષિપ્રા અને ગોદાવરીમાં એક જ ટીપું પડ્યું હતું. અમૃતની બુંદો ગંગાજળમાં ભળવાથી સંપૂર્ણ ગંગાનદીનું જળ વધુ પવિત્ર માનવામાં આવે છે. એક કથા અનુસાર ગંગાનદીનું પ્રાગટ્ય ભગવાન વિષ્ણુના શ્રીચરણોમાંથી થયું છે.

એટલે જ ગંગા માતાના દર્શનથી આત્મા પ્રફુલ્લિત અને વિકાસોન્મુખી થાય છે.કહે છે કે ગંગાજળ ક્યારેય અશુદ્ધ નથી થતું અને ન તો તે ક્યારેય બગડે છે. એટલા કારણે જ ગંગાજળને ઘરમાં એક તાંબા કે પિત્તળના કળશમાં ભરીને રાખવામાં આવે છે. કેટલાક ઘરોમાં કેટલાય વર્ષો સુધી આ જળ સચવાયેલું રહે છે.

કહે છે કે ગંગા નદી દુનિયાની એકમાત્ર એવી નદી છે કે જેનું પાણી ક્યારેય બગડતું જ નથી.નદીના પાણીમાં રહેલા બેકટેરિયોફેજ નામના જીવાણું ગંગાજળમાં રહેલા હાનિકારક સૂક્ષ્મજીવોને જીવીત નથી રહેવા દેતા. એ એવા જીવાણું છે જે માંદગી અને ગંદકી ફેલાવતા જીવાણુંઓને નષ્ટ કરે છે તેના કારણે જ ગંગાનું જળ બગડતું નથી.

ગંગાજળમાં કોલાઇ બેકટેરિયાને મારવાની ક્ષમતા છે. ગંગાજળમાં પ્રાણવાયુની પ્રચુરતા બનાવી રાખવાની અદભુત ક્ષમતા છે. આ કારણથી પાણીથી થતા રોગોનું સંકટ ઓછું રહે છે. આ જળને ક્યારેય કોઇપણ શુદ્ધ સ્થાન પરથી પી શકાય છે. ગંગાના પાણીમાં વાતાવરણમાંથી ઓક્સિજન ખેંચી લેવાની અદભુત ક્ષમતા છે.

ગંગાના પાણીમાં ગંધકની માત્રા વધારે હોય છે. એટલે તે ખરાબ નથી થતું. એનાથી વિશેષ કેટલીક ભૂ રાસાયણિક ક્રિયાઓ પણ ગંગાજળમાં થતી રહે છે. જેના કારણે તેમાં ક્યારેય કીડા ઉત્પન્ન નથી થતા. આ જ કારણોને લીધે ગંગાનું

જળ ખૂબ જ પવિત્ર માનવામાં આવે છે.

ગંગા નદીના વિશે થોડા તથ્યો અને પ્રદ્દૂષિત થવાના કારણો નીચે મુજબ છે. તેના પરથી જોઈ શકાઈ કે કેમ હજુ શુધ્ધિકરણ ના પ્રોજેક્ટ ને ઘણો સમય લાગશે.

ગંગાનદી નીચે પ્રમાણે ના રસ્તે થી વહે છે. નદીની લંબાઈ ૨૫૦૧ કિમી. અનેક રાજ્યો માંથી પસાર થાઈ છે જે નકશા માં જોઈ શકાઈ છે. કેન્દ્ર અને રાજ્ય સરકારોએ સાથે મળી ને પ્રોજેક્ટ પાસ કરવા પડે પણ જ્યારે રાજ્ય અને કેન્દ્ર સરકાર એકજ પાર્ટીની ના હોય તો શું પોલિટિક્સ થાઈ તે બધા જ જાણે છે.

ગંગાનું મોટાભાગનું પ્રદ્દૂષણ નદીના મુખ્ય દાંડી પરના પાંચ રાજ્યો - ઉત્તરાખંડ, ઉત્તર પ્રદેશ, ઝારખંડ, બિહાર અને પશ્ચિમ બંગાળને કારણે છે.

ગંગા બેસિનમાં દરરોજ આશરે 12,000 મિલિયન લિટર ગટર ઠલવાઇ છે.

કાનપુરમાં ટેનેરીઓ, ભઠ્ઠીઓ, કાગળ અને ખાંડ મિલોનું પ્રદ્દૂષણનો મોટો ફાળો છે.

યમુના, રામગંગા, કોસી અને બીજી અનેક નદીઓ ગંગામાં ભળે છે એનું પ્રદ્દૂષણ નું પણ જોવાનુજ રહ્યું.

નમામિ ગંગે પ્રોજેક્ટ અને તેમાં થયેલા કાર્યો (આ માહિતી ૧૧/૦૨/૨૦૧૯ સુધી થયેલા કામ ની છે.)

'નમામિ ગંગે પ્રોગ્રામ', એક સંકલિત સંરક્ષણ મિશન છે. જૂન 2014 માં કેન્દ્ર સરકાર દ્વારા તેને મંજૂરી આપવામાં આવી હતી. તેના માટે Rs. 25,563.48 કરોડ નું બજેટ રાખવામાં આવ્યું હતું.

અત્યાર સુધીમાં કુલ 261 પ્રોજેક્ટ્સને મંજૂરી આપવામાં આવી છે. તેમાં નીચે પ્રકારના છે.

ઔધોગિક પ્રદ્દૂષણ ઘટાડવું,

ઘાટનું નિર્માણ

કબ્રસ્તાન વિકાસ,

રિવર ફ્રન્ટ ડેવલપમેન્ટ,

વનીકરણ

જૈવવિવિધતા સંરક્ષણ,

ગ્રામીણ સ્વચ્છતા,

સંશોધન અને વિકાસ,

ગટર વ્યવસ્થા સારવારનું માળખું

નદી-સપાટીની સફાઇ

જાહેર જાગૃતિ

261 માંથી 76 પ્રોજેક્ટ પૂર્ણ થઈ ગયા છે અને બીજા અલગ અલગ તબક્કાઓ પર ચાલી રહ્યા છે.

12,000 એમએલડી (મિલિયન લિટર એક દિવસમાં) ગટર ગંગા બેસિનમાં નાખવામાં આવે છે. તેની સફાઈની ક્ષમતામાં નીચે પ્રમાણે વધારો થયો છે.

2014 માં સારવારની ક્ષમતા - 485 એમએલડી

2018 માં સારવારની ક્ષમતા - 4,000 એમએલડી (4 વર્ષમાં 8 ગણો વધારો)

1,900 એમએલડીની સારવાર ક્ષમતાવાળા અન્ય 94 પ્રોજેક્ટ્સ હાલમાં કાર્યરત છે.

આ ગટરના પાણી માટે STP પ્લાન્ટ બનાવવામાં આવે છે જે પાણીને ગંગામાં વહેતા પહેલા તેની સારવાર કરે છે.

ગંગા નદીના કાંઠે આવેલા તમામ 4465 ગામોને ખુલ્લામાં શૌચક્રિયા મુક્ત બનાવવામાં આવ્યા છે.

145 ઘાટ પર રિવરફ્રન્ટ વિકાસના કામો અને 53 કબ્રસ્તાન પ્રગતિમાં છે.

બિહારને બાર, કાંકરબાગ અને દિખામાં ત્રણ મોટા ગટરના માળખાગત પ્રોજેક્ટ્સ મળી ગયા છે. આ પ્રોજેક્ટની અંદાજિત કિંમત 1,461 કરોડ રૂપિયા છે,

પશ્ચિમ બંગાળમાં ત્રણ પ્રોજેક્ટ્સને મંજૂરી આપવામાં આવી છે જેમાં બે સીવેજ ઇન્ફ્રાસ્ટ્રક્ચર સંબંધિત છે અને ત્રીજું રિવર ફ્રન્ટ ડેવલપમેન્ટ માટે. આ પ્રોજેક્ટ માટે અંદાજિત કિંમત 495.47 કરોડ રૂપિયા છે.

પશ્ચિમ બંગાળના નવાદિપ નગરમાં બોરલ ફેરી અને બોરલ બાથિંગ ઘાટનું પણ નવીનીકરણ 13.13 કરોડ . ના અંદાજિત ખર્ચે કરવામાં આવશે. નવીનીકરણમાં નદી કાંઠાનું રક્ષણ કાર્ય, વેઇટિંગ રૂમ અને સીડી બનાવવાનું અને બેઠક વ્યવસ્થા સમાવિષ્ટ કરવામાં આવશે.

ઉત્તર પ્રદેશમાં મિર્ઝાપુર જિલ્લાના ચુનારામાં 27.98 કરોડના અંદાજિત ખર્ચે એક ગટરના માળખાકીય યોજનાને મંજૂરી આપવામાં આવી છે.

પ્રદૂષણના સ્તરને તપાસવા અને નદીની સ્વચ્છતા પર નજર રાખવા માટે ગંગા મોનિટરિંગ સેન્ટરો, અંદાજે 46..69 કરોડના ખર્ચે 5 ગંગા રાજ્યોમાં સ્થાપવામાં આવશે.

નરેન્દ્ર મોદીએ 2014 માં નમામિ ગંગે પ્રોજેક્ટ શરૂ કર્યો પણ તેની પેહલા પણ ગંગા સફાઇ ના પ્રોજેક્ટ ચાલુ હતા જે એક RTI માં જાણવા મળ્યું છે.તેની શરૂઆત 1985 માં "ગંગા ક્રિયા પગલું 1" સાથે કરવામાં આવી હતી.

ફરી 1994 માં "ગંગા ક્રિયા પગલું 2" થી શરૂ થયું અને માર્ચ 2000 માં આ પ્રોજેક્ટ્સ બંધ થઈ ગયા.1985 થી 2000 સુધીમાં 2467.73 કરોડ બગાડ્યા હતા

પરંતુ કાઈંજ કામ થયું નહિ હતું.

12 ઓગસ્ટ 2011 ના રોજ સ્વચ્છ ગંગા માટે રાષ્ટ્રીય મિશન ફરીથી બનાવ્યું.2011 થી 2014 દરમિયાન કુલ 500 કરોડનો ખર્ચ કરવામાં આવ્યો હતો. જેનું કોઈ પરિણામ નહિ.

ગંગાસ્નાનનું ઘણું માહાત્મ્ય ગણાયું છે. મુમૂર્ષુના મુખે ગંગાજળ મૂકવાથી તેને ગંગાસ્નાનનું પુણ્ય મળે છે અને તેની મુક્તિ થાય છે, એવી માન્યતા અત્યારે પણ પ્રચલિત છે.

ગંગાજળને ભવતારણનું ઔષધ મનાયું છે.આ નિબંધપ્રચલિત માન્યતાઓ પર આધારિત છે. તેના કોઈ વૈજ્ઞાનિક પુરાવા નથી માત્ર જાણકારી છેજેની નોંધ લેવી.

સંદર્ભ :વિકીપીડીયા , ગુજરાતીવિશ્વકોશ , ગુજરાતી અખબારી અહેવાલ ,વિવિધ લેખક ના લેખ અને બ્લોગ , વેબ સાઈટ,ગંગા નદી - વિકિપીડિયા,નમામિ ગંગે,Cleaning of River Ganga,Why Clean Ganga project has a long way to go